English - Punjabi

THE LAZY MARMOT

ਆਲਸੀ ਪੀਕੂ

Translated by : Jasbir Kaur

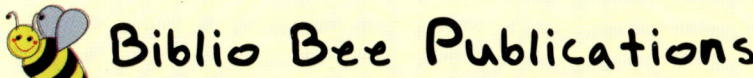 Biblio Bee Publications

56, Langland Crescent, Stanmore HA7 1NG, U.K.
Tel: 020 8900 2640, Fax: 020 3621 6116,
email: sales@starbooksuk.com, www.starbooksuk.com

Marvin the marmot had a large, yellow belly. He lived in a burrow and spent most of his time sleeping. He was a very lazy animal indeed.

His friend, Gertie the grey squirrel, said, "Marvin! Come and play with me." But Marvin just yawned and rolled over. "Another day," he said.

ਇਕ ਪੀਲੇ ਰੰਗ ਦਾ ਵੱਡੇ ਪੇਟ ਵਾਲਾ ਪਹਾੜੀ ਚੂਹਾ ਸੀ। ਉਸ ਦਾ ਨਾਂ ਪੀਕੂ ਸੀ। ਉਹ ਇਕ ਖੁੱਡ ਵਿਚ ਰਹਿੰਦਾ ਸੀ ਅਤੇ ਸਾਰੇ ਸਮੇਂ ਸਾਉਂਦਾ ਰਹਿੰਦਾ ਸੀ। ਉਹ ਬਹੁਤ ਆਲਸੀ ਜੀਵ ਸੀ।

ਪੀਕੂ ਦੀ ਇਕ ਮਿੱਤਰ ਸੀ ਜਿਸ ਦਾ ਨਾਂ ਗਰਟੀ ਸੀ ਉਹ ਇਕ ਗਲਿਹਰੀ ਸੀ। ਗਰਟੀ ਨੇ ਇਕ ਦਿਨ ਪੀਕੂ ਨੂੰ ਕਿਹਾ, "ਪੀਕੂ ਮੇਰੇ ਨਾਲ ਖੇਡਣ ਆਓ"। ਪੀਕੂ ਦੂਜੇ ਪਾਸੇ ਘੁੰਮਿਆ ਤੇ ਬੋਲਿਆ "ਅੱਜ ਨਹੀਂ ਕਿਸੇ ਹੋਰ ਦਿਨ ਖੇਡਾਂਗੇ"।

Later, Yolande the raven hopped over to Marvin's burrow. “Marvin!” Yolande called, “come and sit in my tree. We'll play I-Spy.”

Marvin just shouted back, “I can't. I'm far too tired.”

ਕੁੱਝ ਦੇਰ ਬਾਅਦ ਵੀਰੂ ਨਾਂ ਦਾ ਇਕ ਕਾਂ ਟੱਪਦੇ ਹੋਏ ਪੀਕੂ ਦੀ ਖੁੱਡ ਵਿਚ ਆਇਆ ਤੇ ਬੋਲਿਆ “ਪੀਕੂ ਮੇਰੇ ਨਾਲ ਆਓ ਅਤੇ ਰੁੱਖ ਤੇ ਬੈਟੋ। ਅਸੀਂ ਲੁਕਣ-ਮੀਟੀ ਖੇਡਾਂਗੇ”।

ਪੀਕੂ ਜ਼ੋਰ ਤੋਂ ਚਿੱਖਿਆ, “ਮੈਂ ਨਹੀਂ ਖੇਡ ਸਕਦਾ। ਮੈਂ ਬਹੁਤ ਥਕਿਆ ਹੋਇਆ ਹਾਂ”।

Stevie the snake saw Marvin lying in the sun. “Hello Marvin,” he stuttered, “do you want to go s-s-s-see S-S-S-Suzy s-s-s-squirrel? Sh-sh-she's made a nutroast.”

Marvin thought for just a second. “No, I'm quite comfortable here,” he yawned.

ਸਟੀਵ ਸੱਪ ਨੇ ਵੇਖਿਆ ਕਿ ਪੀਕੂ ਧੁੱਪ ਵਿਚ ਲੇਟਿਆ ਹੋਇਆ ਹੈ। ਉਸ ਨੇ ਹਕਲਾਂਦੇ ਹੋਏ ਕਿਹਾ, "ਕੀ ਹਾਲ ਹੈ ਪੀਕੂ। ਕਿ ਤੁਸੀਂ ਸ-ਸ-ਸ-ਸੀ-ਸ-ਸ-ਸ ਸੂਜ਼ੀ ਗ-ਗ-ਗਿ-ਗਿ-ਗਿ ਗਿਲਹਰੀ ਨੂੰ ਮਿਲਣਾ ਚਾਉਂਦੇ ਹੋ? ਅਜ ੳ-ੳ-ੳ ਉਸਨੇ ਖਾਣ ਲਈ ਬਹੁਤ ਚੰਗੀ ਤਰ੍ਹਾਂ ਮੂੰਗਫ਼ਲੀ ਨੂੰ ਭੁੰਨਿਆ ਹੈ"।

ਪੀਕੂ ਨੇ ਕੁਝ ਦੇਰ ਸੋਚਿਆ ਤੇ ਫਿਰ ਉਸ ਨੇ ਦੂਜੇ ਪਾਸੇ ਕਰਵਟ ਲੈਂਦੇ ਹੋਏ ਕਿਹਾ "ਨਹੀਂ, ਮੈਂ ਨਹੀਂ ਜਾਵਾਂਗਾ,ਮੈਂ ਇੱਥੇ ਹੀ ਅਰਾਮ ਨਾਲ ਹਾਂ"।

Marvin's friends began to get fed up with asking him to play.

They saw him less and less as they went about their daily lives.

ਪੀਕੂ ਦੇ ਸਾਰੇ ਮਿੱਤਰ ਉਸ ਦੇ ਨਾ ਖੇਡਣ ਦੇ ਕਰਕੇ ਤੰਗ ਆ ਚੁੱਕੇ ਸਨ।

ਉਸ ਦੇ ਸਾਰੇ ਮਿੱਤਰ ਆਪਣੇ ਰੋਜ਼ ਦੇ ਕੰਮਾਂ ਚੋਂ ਵਿਅਸਤ ਹੋ ਗਏ ਅਤੇ ਉਸ ਦੇ ਨਾਲ ਉਹਨਾਂ ਦੀ ਮੁਲਾਕਾਤ ਕਾਫ਼ੀ ਘੱਟ ਹੋ ਗਈ।

The warm summer started to pass. The weather turned a little colder, causing Marvin to shiver. He opened one eye and saw Gary the Gopher carrying an armful of weeds and roots. "What are you doing, Gary?" he asked. "Are you having a big dinner?"

"I'm gathering my food for the winter, Marvin. Shouldn't you be doing that too?" said Gary. "I've got plenty of time," said Marvin. "I'm a little tired right now." He rolled over to have yet another snooze.

ਗਰਮੀ ਦਾ ਰੁੱਤ ਬੀਤ ਚੁੱਕਿਆ ਸੀ ਅਤੇ ਕੁੱਝ-ਕੁੱਝ ਠੰਡ ਪੈਣੀ ਅਰੰਭ ਹੋ ਗਈ ਸੀ। ਪੀਕੂ ਨੂੰ ਵੀ ਹੁਣ ਠੰਡ ਲੱਗਣ ਲਗੀ ਸੀ। ਇਕ ਦਿਨ ਉਸਨੇ ਆਪਣੀ ਇਕ ਅੱਖ ਨੂੰ ਖੋਲ ਕੇ ਵੇਖਿਆ ਕਿ ਗੈਰੀ ਨਾਂ ਦਾ ਇਕ ਵੱਡਾ ਚੂਹਾ ਆਪਣੇ ਹੱਥਾਂ ਵਿਚ ਘਾਹ ਅਤੇ ਕੁਝ ਜੜ੍ਹਾਂ ਦਾ ਪੂਲਾ ਲੈ ਕੇ ਜਾ ਰਿਹਾ ਸੀ। ਉਸ ਨੇ ਪੁੱਛਿਆ,"ਤੁਸੀਂ ਕਿ ਕਰ ਰਹੇ ਹੋ ਗੈਰੀ? ਕੀ ਅੱਜ ਰਾਤੀ ਸ਼ਾਨਦਾਰ ਖਾਣੇ ਦਾ ਇੰਤਜ਼ਾਮ ਹੈ?"

"ਮੈਂ ਠੰਡ ਦੇ ਰੁੱਤ ਵਿਚ ਖਾਣ ਲਈ ਆਪਣਾ ਭੋਜਨ ਇਕੱਤਰ ਕਰ ਰਿਹਾ ਹਾਂ,ਪੀਕੂ। ਕੀ ਤੁਹਾਨੂੰ ਵੀ ਐਦਾਂ ਨਹੀਂ ਸੀ ਕਰਨਾ ਚਾਹੀਦਾ? ਗੈਰੀ ਨੇ ਪੁੱਛਿਆ"। ਪੀਕੂ ਨੇ ਕਿਹਾ,"ਮੇਰੇ ਕੋਲ ਤਾਂ ਹਾਲੇ ਬਹੁਤ ਵਕਤ ਹੈ। ਮੈਂ ਤਾਂ ਹਾਲੇ ਬਹੁਤ ਥੱਕਿਆ ਹੋਇਆ ਹਾਂ"। ਇਕ ਹੋਰ ਝਪਕੀ ਲੈਣ ਲਈ ਉਹ ਦੂਜੇ ਪਾਸੇ ਪਲਟ ਗਿਆ।

The days continued to get colder as autumn came. Marvin spent more time in his burrow watching everyone gather food and nuts, ready for the winter.

He did think about joining them but decided he could still fit in another nap.

ਹੌਲੀ-ਹੌਲੀ ਠੰਡ ਵਧਦੀ ਗਈ ਅਤੇ ਪਾਲ਼ੇ ਦਾ ਰੁੱਤ ਆ ਗਿਆ। ਪੀਕੂ ਬਹੁਤ ਸਮਾਂ ਆਪਣੀ ਖੁੱਡ ਚ ਹੀ ਰਿਹਾ ਅਤੇ ਬਸ ਉਹ ਇਹ ਹੀ ਵੇਖਦਾ ਰਿਹਾ ਕਿ ਉਸਦੇ ਸਾਰੇ ਮਿੱਤਰ ਪਾਲ਼ੇ ਵਿਚ ਖਾਣ ਲਈ ਮੂੰਗਫ਼ਲੀ ਅਤੇ ਭੋਜਨ ਦਾ ਸਮਾਨ ਇਕੱਠਾ ਕਰ ਰਹੇ ਸਨ।

ਉਸ ਨੇ ਸੋਚਿਆ ਕਿ ਉਸ ਨੂੰ ਵੀ ਆਪਣੇ ਮਿੱਤਰਾਂ ਦੇ ਨਾਲ ਮਿਲਦੇ ਆਪਣੇ ਲਈ ਭੋਜਨ ਇਕੱਠਾ ਕਰਨਾ ਚਾਹਿਦਾ ਹੈ,ਪਰ ਫਿਰ ਉਸਨੇ ਸੋਚਿਆ ਕਿ ਉਹ ਹਾਲੇ ਇਕ ਹੋਰ ਝਪਕੀ ਲੈ ਸਕਦਾ ਹੈ।

MARVIN

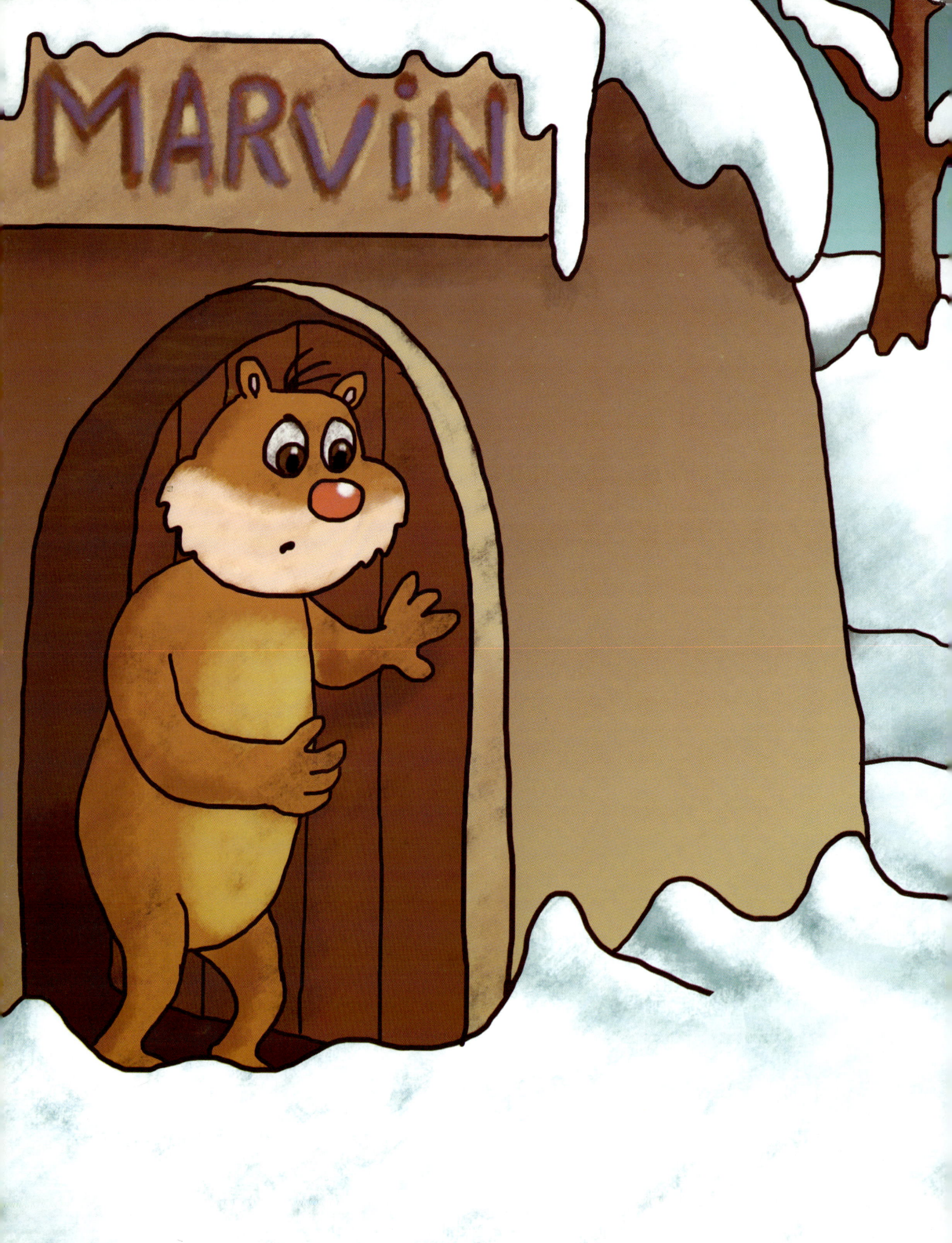

After many naps, plenty of snoozes and a lot of rest, Marvin stepped out from his burrow.

He was puzzled as there was no one to be seen. Instead of the leafy green trees and pretty plants was a layer of sparkling snow.

ਬਹੁਤ ਸਾਰੀ ਝਪਕੀਆਂ ਲੈਣ ਅਤੇ ਆਰਾਮ ਕਰਨ ਦੇ ਬਾਅਦ ਪੀਕੂ ਆਪਣੀ ਖੁੱਡ ਤੋਂ ਬਾਹਰ ਨਿੱਕਲਿਆ।

ਬਾਹਰ ਕੋਈ ਦੂਜਾ ਨਹੀਂ ਸੀ ਵਿਖਾਈ ਦਿੰਦਾ ਤਾਂ ਉਹ ਬਹੁਤ ਪਰੇਸ਼ਾਨ ਹੋ ਗਿਆ। ਹਰੇ ਪੱਤੇ ਵਾਲੇ ਪੇੜ ਜਾਂ ਸੁੰਦਰ ਪੌਦਿਆਂ ਦੇ ਉੱਤੇ ਉਸ ਨੂੰ ਸਿਰਫ਼ ਚਮਕਦਾਰ ਬਰਫ਼ ਦੀਆਂ ਪਰਤ ਵਿਖਾਈ ਦਿੱਤੀਆਂ।

Marvin shivered. He had been asleep so long it had been quite a while since he had eaten some food.

He scratched away some snow but the ground was hard and bare. He climbed a tree but there were no berries on the branches, only spiky twigs.

Marvin's huge yellow belly was making hungry noises.

ਪੀਕੂ ਠੰਡ ਦੇ ਕਾਰਨ ਕੰਬ ਰਿਹਾ ਸੀ। ਬਹੁਤ ਲੰਮੇ ਸਮੇਂ ਤਕ ਸੁਤਾ ਰਹਿਨ ਦੇ ਕਾਰਨ ਉਸ ਨੂੰ ਕੁੱਝ ਖਾਦੇ ਹੋਏ ਵੀ ਕਾਫ਼ੀ ਸਮਾਂ ਬੀਤ ਚੁੱਕਿਆ ਸੀ।

ਉਸ ਨੇ ਖੁਰਚ ਕੇ ਕੁੱਝ ਬਰਫ਼ ਨੂੰ ਹਟਾਇਆ ਪਰ ਜ਼ਮੀਨ ਕਾਫ਼ੀ ਸਖ਼ਤ ਅਤੇ ਖਾਲੀ ਸੀ। ਉਹ ਇਕ ਦਰਖਤ ਉੱਤੇ ਚੜ੍ਹਿਆ ਪਰ ਉਸ ਦੀ ਟਹਿਣੀਆਂ 'ਤੇ ਬੇਰ ਨਹੀਂ ਸਨ, ਸਿਰਫ਼ ਕੰਡੇਦਾਰ ਟਹਿਣੀਆਂ ਸਨ।

ਪੀਕੂ ਦੇ ਵੱਡੇ ਪੀਲੇ ਪੇਟ ਵਿਚ ਭੁੱਖ ਦੇ ਕਾਰਨ ਖਲਬਲੀ ਮੱਚੀ ਸੀ।

GARY
DO NOT DISTURB UNTIL SPRING
GERTIE
DO NOT DISTURB UNTIL SPRING

“If only I hadn't been so lazy. If only I'd gone with my friends and gathered some food,” he thought. A little tear slid down his cheek, freezing into ice as it fell to the ground.

He tried to wake his friends but they were hibernating and were all too tired to answer their doors.

ਉਸਨੇ ਸੋਚਿਆ ਕਿ ਜੇਕਰ ਮੈਂ ਜ਼ਿਆਦਾ ਆਲਸੀ ਨਾ ਹੁੰਦਾ,ਤਾਂ ਮੈਂ ਆਪਣੇ ਮਿੱਤਰਾਂ ਦੇ ਨਾਲ ਗਿਆ ਹੁੰਦਾ ਅਤੇ ਕੁਝ ਖਾਣਾ ਇਕੱਠਾ ਕੀਤਾ ਹੁੰਦਾ। ਉਸਦੀਆਂ ਗੱਲ੍ਹਾਂ 'ਤੇ ਹੰਝੂਆਂ ਦੀਆਂ ਬੂੰਦਾਂ ਡਿੱਗਣ ਲੱਗ ਪਈਆਂ ਅਤੇ ਜ਼ਮੀਨ ਤੇ ਡਿੱਗਣ ਕਾਰਨ ਉਹ ਬਰਫ਼ ਬਣ ਗਈਆਂ।

ਉਸ ਨੇ ਆਪਣੇ ਮਿੱਤਰਾਂ ਨੂੰ ਜਗਾਉਣ ਦੀ ਬਹੁਤ ਕੋਸ਼ਿਸ਼ ਕੀਤੀ ਲੇਕਿਨ ਠੰਡ ਦੇ ਕਾਰਨ ਸਾਰੇ ਆਪਣੇ-ਆਪਣੇ ਖੁੱਡ ਵਿਚੋਂ ਸ਼ੀਤਨਿੰਦਰਾ ਵਿਚ ਸੀ ਅਤੇ ਕਿਸੇ ਨੇ ਵੀ ਉਸ ਦਾ ਜੁਆਬ ਨਹੀਂ ਦਿੱਤਾ। ਪੀਕੂ ਬਹੁਤ ਉਦਾਸ ਹੋ ਗਿਆ।

MARVIN

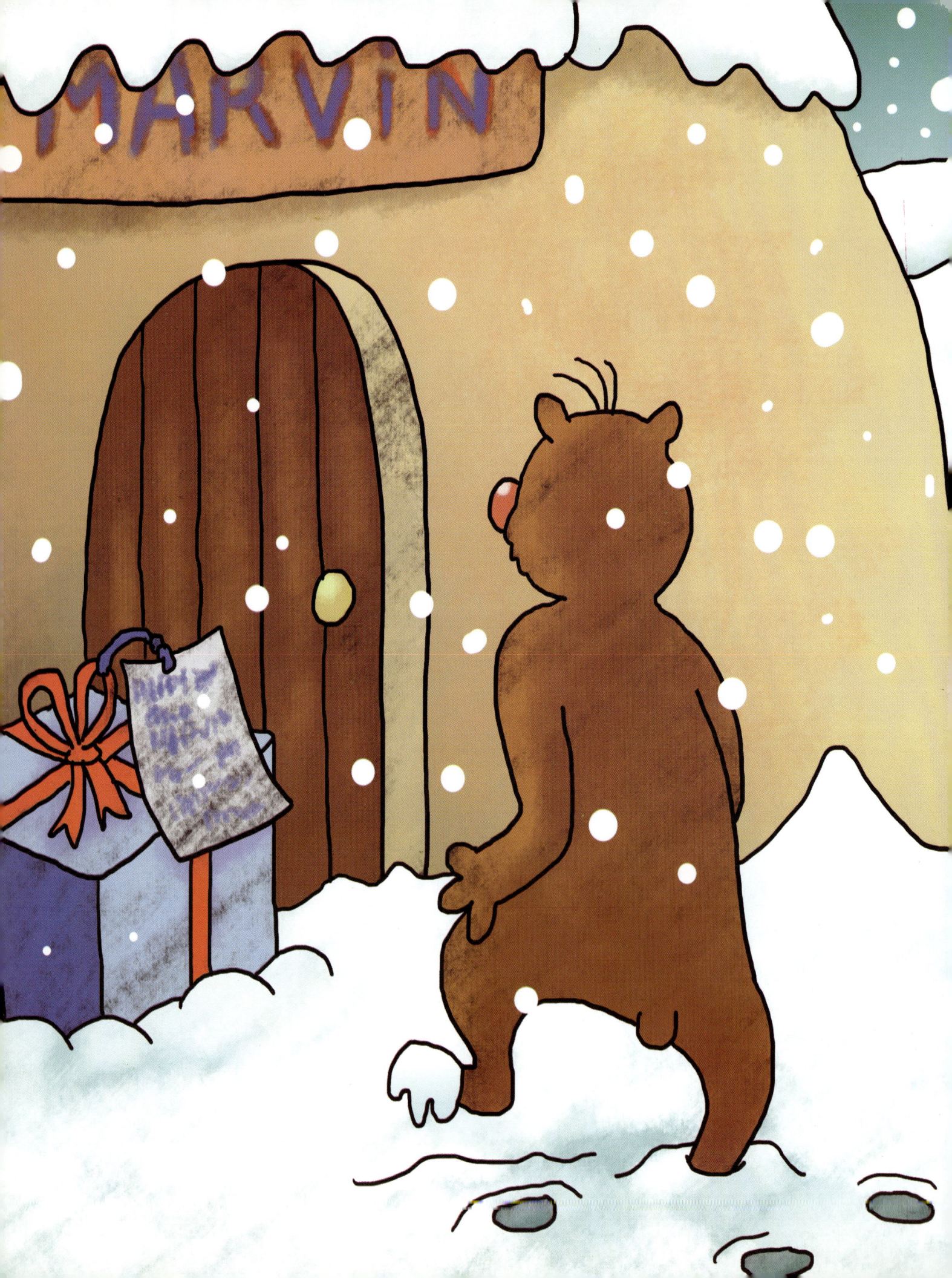

He walked back to his burrow. As he got nearer, he noticed a big parcel near his door that he'd not seen before. He ran over and realised the package was full of food and nuts.

The label said, “Happy hibernation, Marvin! Hope you will be able to come out and play next year. Love, from all your friends.”

ਉਸ ਵਾਪਸ ਆਪਣੇ ਖੁੱਡ ਵੱਲ ਮੁੜਣ ਲੱਗਿਆ। ਜਿਵੇਂ ਹੀ ਉਹ ਆਪਣੀ ਖੁੱਡ ਦੇ ਨਜ਼ਦੀਕ ਪਹੁੰਚਿਆ ਤਾਂ ਉਸ ਨੇ ਵੇਖਿਆ ਕਿ ਇਕ ਵੱਡੀ ਸਾਰੀ ਪੋਟਲੀ ਉਸਦੇ ਦਰਵਾਜੇ ਦੇ ਕੋਲ ਪਈ ਸੀ। ਉਸ ਨੇ ਪਹਿਲਾਂ ਜਿਸ ਨੂੰ ਨਹੀਂ ਸੀ ਵੇਖਿਆ। ਉਹ ਭੱਜ ਕੇ ਉਸਦੇ ਕੋਲ ਆਇਆ। ਉਸ ਨੂੰ ਮਹਿਸੂਸ ਹੋਇਆ ਕਿ ਪੋਟਲੀ ਮੂੰਗਫ਼ਲੀ ਅਤੇ ਖਾਣੇ ਨਾਲ ਭਰੀ ਹੋਈ ਹੈ।

ਉਸ ਪੋਟਲੀ ਦੇ ਉੱਤੇ ਇਕ ਪਰਚਾ ਲਗਿਆ ਹੋਇਆ ਸੀ ਜਿਸ ਉੱਤੇ ਲਿਖਿਆ ਹੋਇਆ ਸੀ,"ਸ਼ੀਤਨਿੰਦਰਾ ਮੁਬਾਰਕ ਹੋ, ਪੀਕੂ। ਸਾਨੂੰ ਉੱਮੀਦ ਹੈ ਕਿ ਅਗਲੇ ਵਰ੍ਹੇ ਤੁਸੀਂ ਖੁੱਡ ਚੋਂ ਬਾਹਰ ਆਓਗੇ ਅਤੇ ਸਾਡੇ ਨਾਲ ਖੇਡੋਗੇ। ਤੁਹਾਡੇ ਸਾਰੇ ਮਿੱਤਰਾਂ ਵਲੋਂ ਪਿਆਰ"।

Marvin felt very ashamed. He realised how kind his friends were and how lazy he had been not to play with them. He promised himself that next year he would make an effort to join in their games.

ਪੀਕੂ ਬਹੁਤ ਸ਼ਰਮ ਮਹਿਸੂਸ ਕਰ ਰਿਹਾ ਸੀ। ਉਸ ਨੂੰ ਅਹਿਸਾਸ ਹੋਇਆ ਕਿ ਉਸ ਦੇ ਮਿੱਤਰ ਕਿੰਨ੍ਹੇ ਚੰਗੇ ਹਨ,ਅਤੇ ਉਹ ਕਿੰਨਾ ਆਲਸੀ ਹੈ ਜੋ ਉਹਨਾਂ ਦੇ ਨਾਲ ਨਹੀਂ ਸੀ ਖੇਡਿਆ। ਉਸ ਨੇ ਆਪਣੇ ਆਪ ਨਾਲ ਇਕ ਵਾਦਾ ਕੀਤਾ ਕਿ ਉਹ ਅਗਲੇ ਵਰ੍ਹੇ ਉਹਨਾਂ ਦੇ ਨਾਲ ਖੇਡੇਗਾ ਅਤੇ ਪੂਰੀ ਮਿਹਨਤ ਕਰੇਗਾ।